கிழவன் கனவு

கலைஞர் மு. கருணாநிதி

Title: Kizhavan Kanavu

Author: M. Karunanidhi

Language: Tamil

First Published on: 1945

Year of Publication: 2024

Book Format: Paperback

*Page Size: 6inch * 9inch*

Category: Fiction

Subject: Novel

No. of pages: 25

ISBN: 978-81-984438-7-8

Published by: Nilan Publishers, Madurai, Tamilnadu, India

பொருளடக்கம்

குறிப்புகளுக்காக

மதிப்புரை

A.P.சனார்த்தனம், M. A.,

சென்னை,

20-11-45.

எனது நண்பர்,

தோழர் மு. கருணாநிதி யவர்கள் திராவிடத்தின் மறு மலர்ச்சிச் சோலையில், பூத்த மலர். பள்ளியில் பயிலும் போதே தமிழ்க் கட்டுரைகளைக் தீட்டி திராவிட இயக்கக் கருத்துக்களை பரப்பினவர். 'சாந்தா' போன்ற சீர்திருத்த நாடகங்களின் ஆசிரியர். அவர் தீட்டிய 'கிழவன் கனவு' என்னும் இச்சிறு நூலில் பெரியாரவர்கள் குறிக்கோள் நன்று குறிக்கப் பட்டிருக்கின்றது: திராவிடம் இத்தகைய எழுத்தாளர்களை வேண்டி நிற்கின்றது.

A. P. Janarthanam.

குடியரசு

ஈரோடு, 12-5-45.

கிழவன் கண்ட கனவு எவ்வாறு நினைவாயிற்று என்பதை ஆசிரியர் இச்சிறு நூலில் அழகாகத் தீட்டியிருக்கிறர். பணம் படைத்தவர், எதை வேண்டுமானாலும் செய்யலாம் என்பதையும் இதில் காணலாம். உண்மையான காதல் எது ? என்பதையும் தெரிந்து கொள்ளலாம். விடுதலைக்கொடி தோன்றுவதாக விபுலானந்தம், மல்லிகாவும் காணும் கனவை நினைவாக்க வேண்டியதின் முக்கியத்தை வலியுறுத்தியிறுக்கிறார் இச்சிறு நூலில் ஆசிரியர். இத்தகைய நூல்களை ஆதரிக்கவேண்டியது தமிழ் மக்களின் கடமையாகும்.

கிழவன் கனவைத் தீட்டிய தோழர் மு.கருணாநிதி நல்ல இளம் எழுத்தாளர். இந்தச் சிறு நூலில் எதிர்காலத் திராவிடம் அழகாக சித்தரிக்கப்பட் டிருக்கிறது. திராவிட மக்களின் ஆதரவு கிடைக்கு மென்று நம்புகிறேம்.

ஏன் வெளியிட்டேன் ?...

ஹிட்லரிசம் உலகை உலுக்கியது ; அதனுடைய ஆணவம் முறிகிறது.

ஆரியமும் அப்படித்தான்!

திராவிடம் திராவிடருக்கானால் என்னென்ன திட்டங்கள் தீட்டப்படுமென எண்ணுவதுண்டு. அத்திட்டங்களின் பயனாக ஏற்படும் சுகவாழ்வை தோழர் மு. கருணாநிதி அவர்கள் எழுத்திலே படம் பிடித்துக் காண்பிக்கிறார். அவரது எழுத்து, திராவிடத்திலே பங்குபெறுவது; உறுதிப் பாதையிலே குறுதி கக்கும் கண்களோடு இறுதி வரை போராட இளைஞனே வா ! என்றழைப்பது கருணாநிதியாரின் 'கிழவன் கனவு'. ஆகவே, இதனை பெரியார். ஈ.வெ.ரா. அவர்களின் 67-வது ஆண்டின், நினைவு மலராக 2.ம் பதிப்பை வெளியிட்டேன்,

ஆக்கந் தருக!

சு. இராமனாதன்.

திருவாரூர்,

9-12-45.

வணக்கம் பல !...

இவ் விரண்டாம் பதிப்பை வெளியிட முயற்சி எடுத்துக் கொண்ட அஜீஸ பதிப்பகம் உரிமையாளர் தோழர் எஸ். ஏ. அஜீஸ் அவர்களுக்கு எனது வணக்கம் உரியதாக!

அன்பு,

சு.இராமனுதன்.

எழுதியது; ஏன்?

"கிழவன் கனவு "-நாட்டிலே நடைபெறப் போகும் கிளர்ச்சியின் முடிவு !

நாடு எவ்வளவோ மாறுதலைக் கண்டுவருகிறது ! பட்டை நாமமும், கொட்டை ருத்திராக்கமும் தந்தையர் காலத்திலே ! அவைகளை சட்டைசெய்யாத சகாப்தம் இது ! காலப்போக்கு வேகமாக உருண்டு வருகிறது ! இயக்கத்திலே எண்ணத்தைச் செலுத்தும் இளைஞர்களுக்கு குடும்பம் கொடுமையை வழங்குவதுண்டு !

அது இல்லை - இந்தக் கற்பனையிலே !

ஒரு இளைஞனது உள்ள எழுச்சி உடைப்பெடுத் தோடுவதையும், அவனது பெற்றோரைத் தாக்கிய ஆரியம் அவனிடம்அணுக அஞ்சுவதையும் நினைத்தேன். அதை அப்படியே எழுதினேன்.

இதை உங்களிடம் அளிக்கும் தோழர் சு. இராமனாதன் அவர்களுக்கு- என் நன்றி !

மு. கருணாநிதி.

திருவாரூர், 20-2-45.

கிழவன் கனவு

"கிழவன் கனவு"

(கற்பனையருவி)

...ஏய் கொடுப்பாயா? உதை வேண்டுமா?

– உதையேன் பார்ப்போம்!

...நீ நாசமாய்ப் போக! கொடுத்துத் தொலைடா...

– இந்தச் சாபம் பலிப்பதாயிருந்தால்; கிருஷ்ணபரமாத்மா இறந்தே போயிருப்பானே!

...இதெல்லாம் ஒரு விளையாட்டா?

ஆமாம்! டூப்ளிகேட் கிருஷ்ணலீலா

புராணத்திலே! கிருஷ்ணலீலா ஒரு பகுதி! கோபிகா ஸ்திரீகளின் கோலாகலத்தினிடையே உழன்று கொண்டிருந்த கிருஷ்ணன்; நீராடிக் கொண்டிருந்த நளினிகளின் ஆடைகளைத் திருடி, மரத்திலே ஏறிக் கொண்ட மகா புண்ணியக் கதையின் வஸ்திராபரண சீன், வீடுகளிலே பொறிக்கப்பட்டிருக்கும் படத்திலே! பஜனை மடத்திலே இந்தக் காட்சியைக் கண்ட லெனின் கலியுகக் கிருஷ்ண லீலாவை நடத்திக் காண்பித்தான். குளத்தங்கரையிலே ஒரு நாள்! கிருஷ்ணனைத் தெய்வமாகவும், அவனது ஆபாச ஆட்டங்களைத் திருவிளையாடல்களாகவும் எண்ணிக் கொண்டிருந்த பெண்மணிகள் பலர் திருந்தட்டும் என்ற தீர்மானத்துடன் லெனின் இந்தப் புரட்சியை ஆரம்பித்தான். ***ரஷ்யாவில் அல்ல! -_ தமிழ் நாட்டில்!***

லெனின் விபுலானந்தரின் அருமைத் திருமகன். விபுலானந்தரும், மல்லிகாவும் சீர்திருத்தப் பேச்சில் இறங்கும் பொழுது லெனினின் செவிகளும் அப்பக்கம் சாயும்.

"முன்னுக்குப் பின் முரண்''

''எதுமுன் எதுபின் என்றே தெரியவில்லையே''

''வால்மீகி ராமாயணத்திலே ஒரு வரலாறு''

''கம்பராமாயணத்திலே ஒரு கைச்சரக்கு''

''பெரிய புராணம் ஒரு மாதிரி''

''பாகவதம் அதன் எதிரி''

''உலகம் உருண்டை என்ற உண்மை தெரிந்த காலத்திலும், பூமியைப் பாயாகச் சுருட்டிய கதையை நம்பித்தானே வாழ்கிறார்கள் மக்கள்!''

''பள்ளிக்கூடத்திலே பாடங் கற்பிக்கும் பூகோள பூரணார்த்திக அய்யருங்கூட அந்தக் கதையைத்தான் வாழ்வின் வசதியாகக் கொண்டிருக்கிறார்''

''தமிழர்கள் தங்களுடைய மானத்தை இரவல் கொடுத்திருக்கும் வரையில் இதையெல்லாம் அறிந்துகொள்ள மாட்டார்கள்!''

''ஆடவரும் பெண்டிரும் கூடுவதற்குக்கூட ஆரியன் தயவுதானே வேண்டியிருக்கிறது.''

“ஏன்தான் இந்தப் பொய்மைகள் புராண வடிவில் கிளைக்கவேண்டும்?’’

“எல்லாம் வாழ்வை வளமை கொழிக்கச் செய்யத்தான்?’’

“ஒரு சாரார் உண்டுகளிக்க எத்தனைத் துறைகள்? கடவுள், மதம், சாத்திரம், சம்பிரதாயம், விதி, விதவிதமான கதை,அப்பப்பா!’’

“இவ்வளவு சாதனங்களையும் வாழ்க்கையில் வியாபாரமாக வைத்துக்கொண்ட வைதீகம் வாழ்வை நம்பாதே –_ என்று பாடும் போதுதான் சிரிப்பு வயிறு வெடிக்கிறது.’’

“பொய்! காற்றடைத்த பை! நீர்க்குமிழி! யார்க்கும் உதவாது! என்ற வார்த்தையின் தாயகம் தற்காப்பில் முனைந்திருக்கிறது, அது மட்டுமா, மல்லிகா! சரிந்த மனப்பான்மை கொண்டவர் விரிந்து நிற்கும் வாழ்க்கையின் பொருளைப் புரிந்து கொள்வதில்லை. “பொய் பொய்” என்று புலம்பித் திரிகிறார்களே, மலரில் மொய்த்துக் கிடக்கும் வண்டு; மலரைப் பொய்யென்று நினைத்தால் பூங்காட்டில் மிதக்குமா? இனிய முத்துகளை இறைத்துக் கோத்திடும் இளமை, தாயை உண்மையாகத்தானே எண்ணுகிறது. கொஞ்சுதல் வழங்கிடும் வஞ்சி கொழுநனை நம்பாமலா வாழ்கிறாள்?’’

“இந்தக் கேள்விகளுக்குக் காயமே இது பொய்யடா எனக் கழறும் காவியாடைக் காமிகள் பதில் சொல்லுமா?’’

“எது கேட்டாலும் விதியைத்தான் மந்திரமாகக் கொள்வார்கள்.’’

“விதியாம் விதி! எளிமையும், நெளிதலும் ஏழைமையின் பொருள் என்ற எக்களிப்பு உச்சமடைய ஏற்பட்டது இந்த ஏணி! மதமென்ற மாடிப் படியின் கைப்பிடி! பிழைப்பைக் காக்கும் பெரிய அரண்.’’

“இமைக் கதவைத் திறந்து பளிச்செனப் பாயும் மின் விழிகள் வெட்கும் பகுத்தறிவு உதயம்! பாராயோ மல்லிகா!’’

‘‘அடடா, வைதீகமே எட்ட நில்! என வெட்டிப் பேசும் காலப்போக்கு, காதலரே!’’விபுலானந்தரும் மல்லிகாவும் இந்த ருசிகரமான உரையாடலைப் பின்னிக் கொண்டிருக்கும்பொழுது லெனின் எதிர்காலத்தை எண்ணிக்கொண்டிருப்பான். உண்மையிலேயே லெனின் என்ற பெயர் அவனுக்குப் பொருந்தும். புரட்சி எரிமலை! பொங்கும் கடல்! துள்ளும் காளை! துடிக்கும் வீரன்!

இந்த வர்ணனைகளின் வார்ப்புதான் லெனின்!

பல ஆண்டுகளுக்கு முன் ரஷ்யாவிலே ரஸ்புடீன் கொடுமையை ரசித்து, அக்கிரமத்தை அணைத்து, முதலாளி ஆணவத்தை முத்தமிட்டு, மதவாத மடமையை மஞ்சத்திலமர்த்தி, தொழிலாளர் எண்ணத்தைத் துச்சமெனக் கருதி வாழ்ந்த துன்மார்க்க ஜாரின் அரசியலைச் சாவு முனையில் சந்தித்து வெற்றிகண்ட லெனின்பெயரைச் சீர்திருத்தக் காதலர் தங்கள் செல்வனுக்கிட்டதில் ஆச்சரியமொன்றுமில்லை தான்! புதுமைக் கருத்தினருக்குப் பிறந்த இந்தப் புரட்சி மகனும் லெனினாகவே விளங்கினான்.

லெனின் ஒரு நாள்; குளத்தங்கரை சென்று நீராடிக் கொண்டிருந்த புராணீகப் பெண்மணி களின் உடைகளைத் திருடி மரத்தில் ஏறிக்கொண்டதும், அவர்கள் சேலைகளைக் கேட்கும்போது கிருஷ்ணலீலா என்று பதில் உரைத்ததும்; மல்லிகாவுக்கு மகிழ்ச்சியை மட்டும் தரவில்லை. லெனினுடைய கன்னங்கள் முத்தங்களால் வீங்கின! விபுலானந்தருக்கும் மல்லிகாவுக்கும் அன்றைய காதல் பேச்சு அவனது கருத்து தளும்பும் வேடிக்கையைப்பற்றித்தான்! சுவை சொட்டும் செயல்கள் அனைத்தும் லெனினின் சொத்து! தெருவில் ஓடும் பன்றியைத் துரத்தி வைணவ பக்தர் வீட்டுக்குள் ஓட்டுவான். பக்தரும்

அவர் பாரியாளும் அலற ஆரம்பிக்கவே; வைகுண்ட வாசா! என்று தொடங்கி, வராகாவதார மேன்மையை எடுத்துரைத்துக் கருடனைக் கண்டதும் கன்னத்தில் போட்டுக் கொள்கிறீர்களே! விஷ்ணு அவதாரத்தை வெறுப்பது ஏன்? என்று கேட்டுக் கலகலவெனச் சிரிப்பான்! சிவபக்தர் யாராவது தெருவில் சென்றால் போதும், ''நீங்கள் தானே இயற்பகை நாயனார்?'' என்று வினயமாகக் கேட்பான். லெனினுடைய சிறுபுரட்சி வேடிக்கை மூலமாக இனிப்பில் மருந்து கலந்தது போலப் பரவ ஆரம்பித்தது மட்டுமல்ல; ஒரு சில ஆத்தீக அன்பர்களை ஆத்திரத்தில் சிக்கவைத்தது. இளமையின் வேகம் தங்குதடையின்றிச் சென்று கொண்டிருந்தது. அவனது விறுவிறுப்பான செயல்களும், சுறுசுறுப்பான முயற்சிகளும் விபுலானந்தருக்கும் மல்லிகாவுக்கும் தெவிட்டலைத் தரவில்லை.

காதலித்ததன் பயனையும், அப்பயன் லெனினாக விளைந்ததையும் எண்ணியெண்ணி இறுமாப்படைந்தனர். அவர்கள் காதலராக வாழ எவ்வளவு தடைகளை அள்ளியள்ளி அடுக்கிற்று சமுதாயம்! அய்யய்யோ! அவர்கள் பட்ட இன்னல்களை நினைத்தாலும் நெஞ்சு வேகும்.
விபுலா என்று தன் காதலனை, மல்லிகா ஒரு முறை அழைத்து அன்பு உரைகளைச் சொரியும் பொழுது மிராசுதார் மார்க்கண்டேய சாஸ்திரிகள் பார்த்துவிட்டார். அதன் பயனாக விபுலானந்தன் திருட்டுக் குற்றம் சாட்டப்பட்டுச் சிறைபுகுந்த காட்சி இன்றைக்கும் மல்லிகாவின் கண்களில் மடமடவெனக் கண்ணீரைச் சாய்க்கும். மல்லிகா பதினைந்து வருடங்களுக்குமுன் ஒரு ஏழை வண்டிக்காரக் கிழவனின் மகள். மல்லிகாவின் தகப்பன் மார்க்கண்டேய சாஸ்திரி பண்ணையில் ஒரு வண்டிக்காரன். மல்லிகா குழந்தையாயிருக்கும் பொழுது பசியுடன் போராடியவள். மல்லிகா பிறந்து மூன்று மாதங்கள் வரையில் தாயாரின் போஷணையில் இருந்தாள். பளிச்செனச் சாக்காடு பாய்வது மல்லிகாவின் தாயாருக்குத் தெரியாது. ஒருபுறம் வறுமையும் பொறுமையும் வாழ்க்கையின் அணிகலனாகவும் வேறோர்

புறம் வஞ்ச நெஞ்சமும் நஞ்சுக் கொள்கையுமே வாழ்க்கையின் குறிக்கோளாகவும், உழைப்பதும், உணவு இல்லாவிட்டாலும் உறங்குவதுமே உடல் எடுத்த பயன் என்ற ஏமாற்றல், வாழ்வின் மாய்கை உபதேசமாகவும் அதிகார மூலமாக ஆண்டவன் வாயிலாக அமைந்த இந்த நாட்டிலே, மல்லிகாவின் தகப்பனுக்கு மட்டும் என்ன, இவை விதிவிலக்கா?

''ராஜம்! மல்லிகா எங்கே?'' என்று கேட்டுக்கொண்டே வருவான் வீராசாமி. அந்தக் கேள்வியில் ஆவலும் ஆத்திரமும் எப்படித்தான் நுழைந்திருக்குமோ அது தெரியாது. மெலிந்த குரலில் ராஜம் ''குழந்தை தூங்குறது'' என்பாள். ஒரு துணியில் ஒரு படி அரிசி இருக்கும். அதை அவிழ்ப்பாள். அந்த அரிசி மறுநாள் இரவு வரையில் இருக்கவேண்டும். ராஜம் அரிசியோடு, அடுப்பண்டை செல்வாள். வந்த கணவனுடன் ஒருவார்த்தை பேசக்கூட அவளுக்குச் சக்தியில்லை. அவ்வளவு மெலிந்து விட்டாள். பகலெல்லாம் வண்டியோட்டி, மிராசுதார் வீட்டு வேலைகளையெல்லாம் பார்த்துவிட்டு வீடுதிரும்பும் வீராசாமியின் நெஞ்சத்தில் என்னென்ன எண்ணங்கள் தோன்றி மறையும் தெரியுமா? பசிக்கொடுமையால் தன் மனைவி ராஜத்தின் உடல் துரும்பாகப் போய்விட்டதையும், குழந்தைக்குப் பாலில்லாது அது அழுதழுது மெலிவதையும் நினைக்கவே பயப்படுவான். அவ்வளவு ஏக்கத்தையும் மல்லிகாவின் புன்சிரிப்பு அப்படியே சிதற அடித்துவிடும்.

காளியம்மா என் குடும்பத்தைக் காப்பாத்து என்ற வேண்டுதலைத்தான் வீராசாமியும் ராஜமும் முனகிக் கொண்டிருப்பார்கள்.

ஊரிலே எங்குப் பார்த்தாலும் வாந்திபேதி உலவ ஆரம்பித்தது. காளியம்மனுக்குக் கரகமும் கப்பரையும்! கொட்டு முழக்கோடு கொண்டாடப்பட்ட போதிலும் ராஜம் வாந்தி பேதிக்கு இலக்கானாள். வீராசாமி காளிக்குப் பிரார்த்தனை

செய்துகொண்டான்.

ராஜம் மல்லிகாவைப் பார்த்துப் பார்த்து அழுதாள். குழந்தை பாலில்லையென்று அழுதது. அதைத் தவிர அதற்கு வேறென்ன தெரியும். இரவு பன்னிரெண்டு மணி இருக்கலாம்.

'இச்... இச்...' என்று இரண்டு முத்தங்கள்! இதைத்தான் மல்லிகாவுக்காக ராஜம் பாக்கி வைத்திருந்தாள். அதோடு ராஜம் கண்களை மூடினாள்.

மல்லிகாவை எப்படியோ வீராசாமி வளர்த்து விட்டான். மல்லிகாவை அழகும், பண்பும், தழுவிக் கொண்டன. அவைகளோடு அவளும் வளர்ந்தாள். மார்க்கண்டேயருக்கு மல்லிகாவை மஞ்சத்தில் சந்திக்கும் ஆசையேற்படுமளவுக்கு அவள் வளர்ந்துவிட்டாள். மார்க்கண்டேயருக்கு மிராசுதாரர் பட்டம் மட்டுமல்ல, அரசாங்கத்தின் ஆலிங்கனம் அவருக்கு ராவ்பகதூர் மகுடத்தையும் சூட்டியிருந்தது. அது மட்டுமா! ''ஒழுக்கம்'' என்ற ஒரு வாரப் பத்திரிகையின் ஆசிரியர் அவர். மல்லிகா, படுக்கையறைப் பதுமையாக, சிற்றின்பச் சிங்காரியாக, சல்லாப சுந்தரியாக, மஞ்சத்தை அழகுபடுத்தும் மங்கையாக, மார்க்கண்டேயருக்கு மல்லிகை மலராக விளங்க வேண்டும். இது அவரது அந்தரங்க ஆவலின் அடிவாரம்! நிலவு தந்த முத்தம் உலகை உலுக்கிடும் வேளையிலே மார்க்கண்டேயர் மனம் ஒடிந்து பின்னர் ஒழுங்குபெறும். அவரது நினைவின் முடிவுதான் என்ன?

''கண்ணே! மல்லிகா! நீ விபுலானந்தனைக் காதலித்தாயே அது சரியா? பணத்திலும் பதவியிலும் சிறந்த என்னைக் கட்டியணைக்கும் இந்தக் கரங்கள் கேவலம் விதியற்ற ஒருவனை விரும்பி வாழ்ந்த காலம் ஒன்றிருந்ததல்லவா? ஆ! நீ வழங்கும் இன்பம் வண்டிக்காரன் மகள் என்ற எண்ணத்திற்கு இடுகாடு! உனது கொஞ்சுமொழி விருந்து தஞ்சம் தஞ்சமென என்னைத் தாவச் செய்யும் பொழுது தாழ்ந்த ஜாதி யென்னும் தடை உடைக்கப்படுவதைக் காண்கிறேன். தென்றலில்

சிலிர்த்த இன்பப் பூங்காவின் சிரிப்பல்லவா உன்னுடையது! வெடித்த பாளையும் முடிச்சு தெறித்த முல்லையும் வெட்குமே! நடையலங்காரி! ஏன் நிற்கிறாய்? உட்காரு! இந்தா அருமையான அல்வா! ஆப்பிள் வேண்டுமா? ஏன் இந்தத் திராட்சையைச் சாப்பிடேன். போதுமா? சரி! இந்தா பாலைக் குடி. எவ்வளவு சுவை பார்த்தாயா? உனக்காக ஸ்பெஷல்! எங்கே... உன்... கையால்.. எனக்கு ஊட்டு. ஆ ஆ! இந்த ஆனந்தத்திற்கு எவ்வளவு நாள் தவங்கிடந்தேன்!

ஆண்டவன் கடாட்சம்! எல்லாம் ஈசன் செயல்!

அவனது திருவிளையாடலுக் கெல்லையு-முண்டோ? மல்லிகா! என் அன்பே! நான் உனது அடிமை!''
இம்மாதிரியான புலம்பல் மாடியில் மந்தகாசத்தினிடையே படுத்துப் புரண்டு கொண்டிருந்த மார்க்கண்டேயர் மனத்தில் மோதிக் கொண்டிருந்தது. மார்க்கண்டேயக் கிழவரின் கனவு இது! உண்மையில் அந்த நேரத்தில் மல்லிகா அங்கிருந்தால்.... அது அவளிடமா நடக்கும்? மார்க்கண்டேயரின் துர் எண்ணத்தை மல்லிகா அடிக்கடி விபுலனிடம் தெரிவிப்பாள். விபுலானந்தனும் மல்லிகாவும் பூங்காட்டில் புத்தமுதம் தின்றுகொண்டிருந்த வேளையில் மார்க்கண்டேயர் புகுந்தார்.

தனது செல்வத்திற்குச் சிரந்தாழ்த்தாத மல்லிகாவை மனத்திற்குரியவளாக விபுலானந்தன் அடைந்த காட்சி அவரது கருத்தை உறுத்திற்று. அதன் விளைவு வேதனையாக முடிந்தது.

வல்லப கணபதி கோயிலில் கும்பாபிஷேகத்-திற்கான ஏற்பாடுகள் துரிதமாக நடந்து கொண்டிருந்தன. ஐந்து பேர் கொண்ட கமிட்டி ஒன்று நிறுவப்பட்டு மார்க்கண்டேய சாஸ்திரிகள் அந்தக் கமிட்டிக்குத் தலைவரானார். கமிட்டி மெம்பர்களில் மூன்றுபேர் பிராமணர்!

ஒருவர் முதலியார்! மற்றவர் செட்டியார்! வல்லப கணபதி ஆலயம் மிகப் பழைமையானது, யாரோ ஒரு சோழ வம்சத்து அரசன் கட்டியது. சோழ அரசன் பிள்ளையில்லாமல் இருந்ததாகவும், யாரோ ஒரு மகான் அநாதிப் பிள்ளையாருக்கு ஆலயம் கட்டினால் பிள்ளை பிறக்குமென்று உபதேசித்ததாகவும், அரசன் நாடெங்கும் சுற்றி அரசமரத்தடியில் கேட்பாரற்றுக் கிடந்த கருங்கல் பிள்ளை யாருக்கு ஆலயம் அமைத்து வழிபட்டதாகவும் பிறகு அவனுக்கு ஒரு குழந்தை பிறந்ததாகவும் அந்தக் கோவிலுக்கு ஒரு தல வரலாறு உண்டு!

கும்பாபிஷேக வசூல் நடந்து கொண்டிருந்த பொழுதே அய்யர்கள் மூவரும் ஒரு திட்டம் தயாரித்தார்கள். பழைய நாள் மன்னர்கள் கட்டிய கோயில்களில் கருங்கல் சாமிக்கு அடியில் ஏராளமான ரத்தினங்களைக் கொட்டுவார்கள் என்பதை ஆரியம் நன்றாக அறியுமல்லவா? ஆகவே, மார்க்கண்டேயரும் மற்ற இருவரும் கூடி வல்லப கணபதியை ஒருநாள் இரவு புரட்டித் தள்ளினார்கள். வந்த இலாபத்தில் பங்கு போட்டுக் கொண்ட பிறகு வல்லப கணபதி மல்லாந்த செய்தி வெளியாயிற்று. லஞ்ச தேவதை விளையாட ஆரம்பித்தாள். எத்தனையோ கொலைகளும் கொள்ளைகளும் பணத்தின் முன் பல்லையிளித்து விடுவது நாடறிந்த உண்மைதானே! விபுலானந்தன் தான் விநாயகரைப் புரட்டினான் என்பது நீதிமன்றத்தின் தீர்ப்பு! பணம் அங்குமிங்கும் சிதறியோடிச் சிறைவாசங் கிடைத்தது விபுலனுக்கு! ஓராண்டு சிறையிலே கிடந்தான் விபுலன்! அவனது வாலிப வேகம் முன்னமேயே புயற்காற்றாக மாறி மார்க்கண்டேயரைத் தகர்த்திருக்கும். மல்லிகா குறுக்கே நின்றாள். மிராசுதார் மல்லிகா என்னும் மாளிகையைச் சுற்றி நின்ற விபுலனென்னும் அகழ் தூர்க்கப்பட்டதாக எண்ணினார். அந்த மாணிக்கக் கோட்டையின் காவலாளிகள் மடிந்துவிட்டதாகக் கருதினார். இதழ் அடுக்குகளை இழந்து மலர் தேனை ஒழுகவிடுகிறது என்று எக்களிப்புக் கொண்டார்.

தேனடையை விட்டு வண்டுகள் பறந்து விட்டன என்ற முடிவு அவரது மூளையை முட்டிற்று. ஆகவே, ஓர் இரவு மிராசுதாரர் தனது ஆட்களை விட்டு மல்லிகாவைத் தூக்கிவர உத்தரவு பிறப்பித்தார். எழுந்த ஆணையின் பயனாய் ஏழுஆட்கள் புறப்பட்டனர். மல்லிகா தூக்கப்படும் சமயம் விழித்துக் கொண்டாள். விழித்து என்ன பயன்? ''நான்கு பக்கமும் வேடர் சுற்றிட நடுவில் சிக்கிய மான் _- கரையில் இட்டதோர் மீன் இந்த நிலை பெற்றாள் மல்லிகா! காளி கூளி என்று கதற முடியுமா? கதறித்தான் பயனுண்டா? அவள்தான் கதறுவாளா? ஏழு எருதுகளை எதிர்ப்பதென்றால் சிங்கத்திற்கும் சங்கடந்தானே! பாயும் புலி பல்லாயிரம் ஆடுகளைக் கண்டால் சற்று மலைக்கத்தானே செய்யும்.
வாளையெடுத்தால் வான மீன் உதிரப் போர் செய்யும் வலிவுடை வீரன் வரிசையாக எத்தனை அணிவகுப்புகளைத்தான் அழிக்க முடியும்? ''ஏ பரமேஸ்வரா!'' என்றழைத்த மாத்திரத்திலே ஆகாயமளாவ ஜோதி கிளம்பி பார்வதியை அணைத்தபடி பரமன் அபயங் கூறிவரும் அற்புத சகாப்தமா இது! அதுவுமில்லையே! ஆகவே, மல்லிகா வெளியில் இழுத்து வரப்பட்டாள். அவளது கைகால்கள் கட்டப்பட்டதோடு வாயும் அடைக்கப்படவே மல்லிகா துடித்துத் துவண்டாள்.

அந்தச் சமயத்தில் ''அடே அயோக்கியப் பசங்களா'' என்ற குரலுடன் மல்லிகாவின் தகப்பன் பிரவேசிக்கவே மல்லிகாவை இறுக்கியிருந்த முரடர்களின் பிடி தளர்ந்தது. வீராசாமி ஒரு காலத்தில் வீராசாமியாகத்தானிருந்தான். அது ராஜத்தோடு குடும்பம் நடத்திய சகாப்தம்! இன்று வீராசாமி கிழவன்! "மல்லிகாவுக்கா ஆபத்து?" என்ற கேள்வி ஆயிரம் ஈட்டிகள் நெஞ்சில் நுழைந்தது போன்ற உணர்வை உண்டாக்கிற்று. அவ்வளவுதான்! குழிவிழுந்த கண்கள் குருதி நிறம்பெற்றன. வளைந்த முதுகு நிமிர்ந்து காணப்பட்டது. தளர்ந்த நரம்புகள் முறுக்கேறின _ அடர்ந்து கீழ்நோக்கியிருந்த தாடி செம்மாந்து நிமிர்ந்தது. கிழவனின் தாக்குதல் ஆரம்பமாயிற்று. மல்லிகா விடுதலை பெற்றாள். அய்யோ

அய்யோ என்ற சத்தம் ஊரை ஒன்று கூட்டிற்று. ஊர்மக்கள் உள்ளே நுழைந்து பார்க்கையில் ரத்த ஓடையில் கிழவனின் உடல் மிதந்து கொண்டிருந்தது. கண்களின் நீரொழுக்கு; குருதியின் சிவப்பை மாற்றுமளவு வழிந்தோடிட, மல்லிகா தகப்பன் மேல் புரண்டு கொண்டிருந்தாள். அப்பா அப்பா என்றலறுவதைத் தவிர மல்லிகாவிடமிருந்து எதையும் தெரிந்து கொள்ள முடியாத நிலையிலே மக்கள் தவித்தனர். வீரனோடு போரிட்ட புலி உடலெங்கும் வேலால் குத்துண்டு வீழ்ந்து கிடப்பதுபோல வீராசாமி கிடந்தான். குண்டுக்கு இலக்கான சிங்கம் மரணாவஸ்தையில் வாயைப்பிளப்பது போலக் கிழவன் ஏதோ சொல்ல ஆரம்பித்தான்.

''மல்லிகா!''

''அப்பா மயக்கமா?'' ''மயக்கமில்லை; மரணாவஸ்தை! இனி என்னை நம்பாதே; நீ விரும்பியபடியே விபுலனை வாழ்க்கைத் துணைவனாக ஏற்றுக்கொள்.''

''அய்யோ அப்பா! எனக்கு யார் துணை; என்னை அனாதையாக்கி விட்டீர்களே.''

''மல்லிகா! பணம் என் உயிரைக் குடிக்கிறது. மானத்தை இழக்க மறத்தமிழன் துணிவானா? அதனால்தான் மரணத்தை அணைத்து மகிழ்கிறேன்.''

கிழவனின் உயிர் உடலைப் பிரியும் பொழுது இந்த உரையாடலைத்தான் மல்லிகாவுக்கு வழங்கிற்று. மல்லிகா சிறையிலே காதலனையும் கல்லறையிலே தகப்பனையும் வைத்து வாழ்ந்தாள். அது அவளுக்கு வாழ்க்கையாகவா இருந்திருக்கும்! ஆற்றிலே சருக்கி விழுகையில், பிடிப்பாயிருந்த கொடியும் அறுந்து விட்டதென்றால் கப்பல் கவிழ்ந்து, கடலிலே நீந்திக் கரை சேர எத்தனிக்கும்போது கால்கைகள் ஓய்ந்துவிட்டதென்றால் _- இந்த நிலைபெற்றாள் மல்லிகா! கொந்தளிப்பும் குழப்பமும் குவடாக – ஏமாற்றமும்

ஏக்கமும் எல்லைக்கோடாக அமைக்கப்பட்டது; அவளது இன்னல் நிறைந்த வாழ்வுக்கு! மகளின் நலனே தனது நலன் – அவளுக்கு எழும் வேட்கை தனது முயற்சியால் தணியவேண்டும். அவளது வாட்டமற்ற வாழ்வுதான் தனக்கு வானையெட்டும் மகிழ்ச்சி. அவளது அழகு ததும்பும் இனிய வாழ்க்கையின் ஏடுகள் புரள்வதுதான் கிழத்தனங்காணும் இன்பம்! இந்தக் கனவைத்தான் கிழவன் கண்டு கொண்டிருந்தான். ஆனால், அவனது எண்ணம் மண்ணோடு கலந்தது. மார்க்கண்டேயர் பலநாள் வெளியில் கிளம்பவில்லை. ஆனால், மல்லிகா வெளியில் கிளம்பி மாதங்கள் ஆறு கடந்தன.

மந்தமாருதம் மத்தளங்கொட்ட, இனிய தென்றலின் இசை இன்பத்தை உருக்கி வார்க்க நிலவு நிம்மதி வழங்க... என்ற சொற்களை அடுக்கிக்கொண்டே போகும் பொழுது.

''மல்லிகா! அந்தக் காலத்தில் நாம் தோட்டத்தின் பளிங்கு மேடையில் அமர்ந்திருந்தால் உன்னைக் கண்டு உலகம் உறுமாமலிருக்குமா?'' என்று கேட்டபடி ஒருமனிதன் மல்லிகாவைத் தொட்டான். மல்லிகாவை அடையாளங்கண்டு கொண்ட அந்த அதிசய மனிதன் யார்? புன்முறுவலைப் புதுக்கருத்தோடு இணைத்து வழங்கும் மல்லிகாவின் முகம் மாறியிருந்த காட்சி சகிக்க வொண்ணாதது. அது மட்டுமா? ஒரு சத்திரத்தின் திண்ணையில் சாய்ந்து கிடந்த அந்தத் தேய்ந்த உருவத்தை மல்லிகா என்று எப்படிக் கண்டு பிடித்தானோ தெரியாது.

"விபுலா! தாங்களா? என்ன சாமியாராகி விட்டீரே.''

"இல்லை மல்லிகா சிறைவாச அடையாளம்.''
ஆமாம்! விபுலானந்தனின் இளந்தாடி, மல்லிகாவை இந்தக் கேள்விக்கு இழுத்தது. தந்தையை மார்க்கண்டேயரின் காம இச்சைக்காகக் குண்டர்களிடம் பலிகொடுத்து வீடுதோறும்

பிச்சையெடுத்து வயிற்றைக் கழுவிக் காதலரின் வரவு பார்த்துச் சத்திரத்திலே நிலா ஒளியை நஞ்சாகக் கருதிப் படுத்திருந்த அவளுக்கு விபுலனின் எதிர்பாரா சந்திப்பு காதல் வாழ்க்கையை ஈந்தது. அவர்கள் காதல் வெறும் போலிக் காதலா? உறுதியின் உச்சியில் உதயமானதல்லவா? சிறை வாழ்வை முடித்துக்கொண்ட விபுலனும் மல்லிகாவும் வாழ்க்கை புகுந்ததன் அடையாளமாக லெனினைப் பெற்றனர். லெனின் பன்னிரெண்டு ஆண்டுகளைத் தாண்டிப் பதின்மூன்றாம் ஆண்டை நெருங்கிக் கொண்டிருந் தான். வாழ்க்கை ஏணியின் நாற்பதாவது படியில் விபுலானந்தர் ஒரு புரட்சி நெருப்பாக மல்லிகாவுடன் அன்புநதி தீரத்தில் அறிவுமொழி பேசியபடி இன்பம் பிலிற்றும் சீர்திருத்தச் செங்கரும்பைச் சுவை பார்த்திருந்தார். அப்பொழுதுதான் லெனினின் இளம்பிராய வேடிக்கைகள் இதயத்தை இடிக்கும் அளவிற்கு நடந்து கொண்டிருந்தன. அவனது பகுத்தறிவு லீலைகளில் ஒன்றான குளத்தங்கரை வஸ்திராபரண நாடகமும் அப்பொழுதுதான் நிகழ்ந்தது.

லெனின் குளத்தங்கரையிலே இந்த வேடிக்கை செய்தானாம் என்று மல்லிகா கூறுவதற்குமுன் உதடுகளை உதறியெறிந்து முத்துப் பற்கள் முகிழ்த்தன.செப்புத்தகடுகள் சிதறிக்கிடக்கும் செவ்வானம் குங்கும வண்ணத்தின் குறுநகையைப் பரிசாகத் தந்த அந்த நேரம்... ஆமாம்! மல்லிகாவைவிபுலானந்தர் வாரித்தழுவிய வேளை... சிந்து பாடும் தென்றல் மெல்ல நடந்து கொண்டிருந்தது.

காதல்தந்த கவின் வாழ்வு! வாழ்வு தந்த லெனின்! இந்த நினைவு அந்தத் துணைவர்கள் தூய உள்ளத்தை உருக்கி வார்த்தது, இசை பொழியும் தென்றலில் விபுலானந்தரின் தாடி அசைந்தது அமைதியாக!

“எங்குப் பார்க்கினும் விடுதலை விருத்தம்! எங்கும் சமதர்ம சங்கநாதம்! தமிழொளியை அரசியலில் இணைத்துத் திராவிடர் உரிமையோடு உடைமையோடு உண்மையோடு

உள்ள எழுச்சியோடு உவகை உத்த வாழ்ந்திடும் வரலாறு! ஒரு தமிழன் தன்மானமின்றி அய்யரைச் சாமி என்றழைத்ததற்காக ஆறுமாதக் கடுங்காவல்! சாது எனக் கூறி, சூது செய்த ஒருவன் சாகும் வரையில் சிறைப்பட்டான்! பட்டமும் பதவியும் தமது திட்டமென ஒரு பத்திரிகாசிரியன் எழுதியதற்காக மக்கள் மன்றத்திலே அவன் மடயன் எனப்பட்டான். ஏழையைப் பார்க்க வேண்டுமென்ற ஆவல் மிகுதியாக ஏற்பட்டதாம் ஆநிரைகோ என்ற தமிழனுக்கு!

சாதி, மதம், கடவுள்கள் என்ற கற்பனைப் பூச்சாண்டிகள் ஒரு காலத்தில் தமிழ் நாட்டில் உலவின என்று உரநெஞ்சன் என்ற சரித்திர ஆசிரியர் திராவிட மீட்சி என்ற நூலில் குறிப்பிட்டிருந்தார். இந்தி எதிர்ப்பு! சிறைச்சாலை! தாலமுத்து நடராஜன் களப்பலி! தமிழைக்காக்கச் சிறை சென்ற பெண்மணிகளின் புறநானூறு! மானங்காக்க மாணவர் செய்த கிளர்ச்சி! ஓமான் கடல் மறைத்த சர். செல்வம்! தியாகம்! தாயர்! பனகல்! என்பன போன்ற வரலாறுகள் விளக்கமாயின! “வாளை வாள் முத்தமிட வாழ்ந்தோம். ஆரியரிடம் தாழ்ந்தோம். அடியோடு வீழ்ந்தோமில்லை -அதோ நமது விடுதலைக் கொடி எனக் காதலனொருவன் காதலியின்பால் உரைத்து அவ்வுரைக்கு ஆயிரம் முத்தங்கள் பரிசு பெற்றான். ‘‘இன்று திராவிடம் மீட்சி பெற்ற நாள்! திராவிடநாடு திராவிடருக்கான தினம்! திராவிடர் திருநாள்!’’ என இளைஞர்கள் எக்காளமிட்டுச் செல்கின்றனர் தெருவில்!

இந்தக் கனவை விபுலானந்தரும் மல்லிகாவும் கண்டனர் கருத்தில்! திராவிட ராஜ்யத்தில் லெனின் ஒரு வீரமிக்க பிரஜை! இது அவர்களது கனவின் உச்சம்! கனவு நினைவாக லெனின் போன்ற இளந்தோழர்கள் இன்னும் தேவை!

இதே கனவைத்தான் ராமசாமிப் பெரியாரும் காண்கிறார். வரப்போகும் திராவிடத்தின் அழியாத சித்திரம் அந்தக் கிழவன் கனவு!

★★★

9 788198 443878

Printed at Repro India Ltd.